கந்தகிரி திருப்புகழ்

கந்தகிரி ஆனந்தன்
(க. ஆனந்தன்)

கந்தகிரி திருப்புகழ்

1. முதற் திருக்காப்பு 5

2. அ. இரண்டாம் திருக்காப்பு - திருவாசக ஒப்புகை 6

   ஆ. இரண்டாம் திருக்காப்பு - திருவாணி அருளாட்சி .11

3. திருத்தகுதி .13

4. திருஅருணகிரிநாதர் ஒப்புகை .16

5. திருவயலூரார் திருப்புகழ் .21

6. திருஞானத்தமையன் திருப்புகழ் .24

7. திரு அம்மையப்பன் அழைப்பு .27

8. திருப்படைவீடு - பழனி .29

9. திருப்படை வீடு - சுவாமி மலை .31

10. திருப்படை வீடு - திருச்செந்தூர் .33

11. திருமுருகு தென்னாடு .35

12. அ. திருப்புகழ் திருமாட்சி .42

    ஆ. திருத்தகுதியோன் அருள் .43

13. திருப்புகழ் திருமையம் .52

முதற் திருக்காப்பு

திருக்காப்பு:

முருகாய் உருகி நெறியாய் எழுதி

மறையாய் ஏந்தி துறையாய் கருதி

கரையாய் கடந்தே கந்தன் அருளில்!

கிரியார் வகுத்த புகழே தொடரி!

இரண்டாய் தொகுத்த இவனின் புகழும்

மாறாய் முறையே சேர்ப்பாய் இதனை

சீராய் சிறப்பாய் காப்பாய் பிள்ளையே!

குரு அருணகிரி துணை பெற்ற கந்தகிரி ஆனந்தன்

அ. இரண்டாம் திருக்காப்பு - திருவாசக ஒப்புகை

திருக்காப்பு - திருவாசக ஒப்புகை:

1. நமச்சிவாயினி வாழ்க! நாயகி தாள் வாழ்க!

அணுப் பொழுதும் அடிநெஞ்சில் அணுகுவாள் தாள் வாழ்க!

மலைகளை ஆண்ட மலைமகள் தாள் வாழ்க!

ஆதியின் பாதிஆகி நின்றருள்வாள் தாள் வாழ்க!

ஏகன் பாதியான் இவளடி வாழ்க!

2. உலகம் கொடுத்துஆண்ட உத்தமிஅடி வெல்க
மூவர்க்கும் தொழிற்தந்தாள் பொன்கழல்கள் வெல்க
சிவத்தார்க்கும் சிந்தையாள் சீர்கழல்கள் வெல்க
கண்கண்டோர் சீர்நிறையுங் நின்கழல்கள் வெல்க
சிந்தனையோர் சிறப்புவிக்கும் சீர்ஆள் கழல்வெல்க

3. சக்திஅடி போற்றி சர்வஅடி போற்றி
தேவிஅடி போற்றி சிவ காமிஅடி போற்றி
நேரத்தே நின்ற அபிராமி அடி போற்றி
மாரிப் பிறப்பொக்கும் மாறா அடி போற்றி
காஞ்சிப் பெருந்துறைகா மாட்சி அடி போற்றி

4. அவள் அவன் என்இதயத்துள் தந்த அருளால்
அவள் அருளாலே அவள் தாள் வணங்கி
எந்தை மகிழ சிவ வல்லவம் தன்னை
எந்தன் வினைஏழேழும் ஆய உரைப்பன் யான்

5. வேலுள்ளோன் தன் கருணை என்காட்ட வந்து இறங்கி
பண்ணுதற்க்கு அறியா தொழிற் ஆர் நிழல் மறஞ்சி
என் நிறைந்து பண் நிறைந்து இக்காய், விளங்கு கனியாய்
வெண் துறந்து மலை உலாதானே என் பெரும்சீர்
கல்லா புலையேன் அறியுமாறு என்று அறிவேன்

6. ஒன்றாகி ஆதியாய் பாதியாய் இரண்டாகி
ஆள் மூன்றாகி தேவியராய் நான்காகி
ஐந்தாய் ஆறாய் ஏழாய் எட்டாய்
வல் ஒன்பதாகி பார்வதியாய் தேவியாய்
உள்ளா அ இடமோ என் சங்கரி சங்கமத்துள்

7. சொல்லப் பிறப்பும் எடுத்து அழைத்தேன், எம்பெரும்தாய்
பொய்யே என் வாய் அடிகள் கண்டு நின்று சூடு உற்றேன்
மெய்ய என் உதிரத்துள் ஓங்காரியாய் நின்ற
அம்மே அரணே அனைத்துலகே பார்ப்பெண்ணே
நீயே என்றுருகி வந்து நின்றே அடிஆனேனே

8. மகளாய் மாட்சியாய் இமையவனான் விடையா
காய் ஆயின எல்லாம் கனிஆக எழுந்தருளி
வை கையும் ஆகி அசைகின்ற மீன் கொடியே
என்னரசும் பணியாதென் மீனார்ப் பெருமாட்சியே
அன்னரசும் சிவத்தானை ஆக்குவிக்கும் ஓர் உறவே

9. நுணுக்கம் நிலவு பரிதி உள்ளாய்,அண்டத்து உலவும்
உள்ஆய் வெளிஆய் அரனாய், திரள் அதுவாய்
நீக்குவாய் கசப்பினை நிரப்புவாய் தன் அருள்ஒளியின்
பதத்தின் நடையாய், கொடையாய்,ஆள்பவளே
தேற்றம் இவனும் அணிய அருள்க மலையாளே!

10. அருந்த பால் சுரந்தோடு அருட்கலந்தும் ஊட்ட
குழந்தையார் சிந்தனையுள் பண்ணூறி அன்று
படைத்தப் படைப்பு என்றைக்கும் உங்கள் பெருமான்
வர்ணனைகள் ஆகி வந்து தேவரமாய், மண்ணோர்கள் ஓத
அருள்புரிந்தாய், எம்பெருமான் உள்நினையாள் நின்னை

11. மறந்திட ஆகிய தேய வாழ்வை
அருமுருகும் பண்ணும் நெருக்கற்றையாற் சுட்டி
அறந்தோல்போர்த் என்றும் வழுஅடுக்கு ஆடி
பழஞ்சோறும் அன்பது தாயிற் அடியை
கலங்கிப் புலனைந்தும் அர்ச்சனையை செய்ய

12. ஏங்கு குணத்தால் கீழோன் எனக்கு
உவந்த தாய்ஆகி அளந்து உள் அமரும்
அறம் தான் அறியாத கரையேனுக்கு பல்கி
நலம் தன்கழல் தந்து அணுகி வாழ்அறங்கள் புகட்டி
காயிற் கடுமையாய் பிறந்த கடையெனுக்கு

13. தந்தையிற் சிறந்து தயா வாகிய தாட்சாளே
தோடற்ற தோல்வி துளைத்த நெறியாளே
ரங்கனே தான் ஆர் வியந்தே சிவபுரமே
சிவமாம் கற்று அறிந்ஆர்ப் பரிக்கும் சுற்றவரே
ஞான நயம்அறிந்து நடனத்தில் பஞ்சம் இடப்

14. ஆடாது நின்ற ஆதிமூலபெண்ணியதி சீர்மகளே
பாராய் உலகே பண்பான சிவத்தாளை
ஓதுவார் மனத்தில் ஒப்பற்ற ஞானத்தாளே
சீராய் பெருக்கி நின் பெண்உருவாய் நின்றாளே
பெண்மையும் ஞானமும் ஒருங்கேவும் உரித்தாளே!

15. ஆதிக்கும் ஆதியாய் அங்குமாய் இங்குமாய்
சோதிக்கும் சோதியாய் சொக்கனிற் பெண்ணாளே
பதியோன் பந்தம் நீடுமாகி உள்ளாளே
பார்த்து இவனை பற்றுஉற்ற இவனை பெருமானோ
தெரிந்த பண் குணத்தால் கேட்டு உணர்த்தினார்
உம்பதத்தில்

16. காணக்கரிய கணக்கே ஊணுக்குரிய உயிரே
மண்ணும் விண்ணும் பண்ணும் உலாப் புதியவளே
தேக்கும் நின் காலடியே கண்பரா ஓர் இடமே
பாட்டின்ப பாவையே படியா இக்காய் ஆயின
தோற்றம் மறைந் ஒழியுமாய் சொல்லாயோ நின் திருவாய்

17. ஏற்றமாம் அவள்கரத்தின் ஒவ்வொன்றும் கூர்ந்
அறிவோம்
தாய்யானத் தாய்யே தயையே மலை மகளே நின்
பற்றான பண்ணோர் கரங்குவி உமையாளே
காற்று குளிர வடக்கு உடன் மேற்பார்க்கப்
உற்றேனோ எம் அம்மே ஆதியே ஓம் என்று என்று

18. நோக்கி உணர்த்திருந்து காய்திரிந்து கனி ஆனார்
ஏட்டு எழுதி வந்து மறுபிறவி தாராயோ
உள்ளப் புலக்கேடினை கண்டு எரிக்க வல்லாளே
உம் அருளில் பட்டும் பாடியாடும் நானே
தில்லை வாழ் அரசியே தென்மதுரை மகளாளே

19. துள்ளல் பிறவி கொடுப்பாளே ஓம் என்று
தில்லைக்கு நாயகியை எண்ணித் திருவடிக்கீழ்
சொல்லிய சொல்லின் சுத்தம் உணர்ந்து சொல்லுவார்
சீரார் தில்லையிலே உள்ளார் சிவகாமி அடிக்கீழ்
எல்லோரும் ஓத இணைந்து.
திருத்தில்லைச்சிவகாமி

குரு அருணகிரி துணை பெற்ற கந்தகிரி ஆனந்தன்

ஆ. இரண்டாம் திருக்காப்பு - திருவாணி அருளாட்சி

முதற்மொழி

வெண்ணே மலர்ந்த தாமரை மீதே

வீணை மீட்டிய வெண்மலர் தாயே

பண்ணே உறைந்த கலைகள் யாவும்

படிப்பினை செய்யும் படைப்பின் நாவே!

திருவாணி அருளாட்சி

தாயோ திருமகள் தந்தையோ உத்தமன்

ஆயினும் விதிப்பால் தீதாய் கேடாய்

நாய்போல் திரி நடக்கும் இவனை

சூரார்ஆணி ஈண்டு கொண்ட காதலும்

காமமும் நகையும் களிப்பும் தீதும்அழிய

திருமேனி ஆனையேற்று கற்பிவிளக்கம் தர

விடியும் வெள்ளியை போன்றே இவனையும்

கல்வியால் அணைத்த சத்தியவதி குணவதி

பாரதி வித்தாகி பைந்தமிழ் நாயகி திக்குமாய்

நின்றுதீதினையே அழித்தாய் திவ்யமே போற்றி !

குருஅருணகிரி துணை பெற்ற கந்தகிரி ஆனந்தன்

திருத்தகுதி

திருத்தகுதி 1:

உன்ன உணவை அறியா

ஆடும் ஆட்டம் அறியா

தாய் வல்லமை அறியா

தந்தை திறன் அறியா

சிறு செயல் அறியா

பெரு சொல் அறியா

சுற்றம் சூழல் அறியா

ஏற்றம் இறக்கம் அறியா

எண் எழுத்து அறியா

பல்வினை பிறவியோன் அறிவேனோ திருத்தகுதியினை!

திருத்தகுதி 2:

சீர் பொறுப்பு அறியா

புது சிந்தனை அறியா

நேர் நெறி அறியா

நீண்ட நிறை அறியா

முதற் முறை அறியா

உற்ற உடல் அறியா

பெற்ற அறிவை அறியா

பெருமை புகழ் அறியா

கற்க கல்வி அறியா

நெற் பதிரோன் அறிவேனோ திருத்தகுதியினை!

திருத்தகுதி 3:

செய்யும் செயல் அறியா

சேர்க்கை முறை அறியா

சேரும் விளைவு அறியா

கொடுத்த குறிப்பு அறியா

ஆசை அடக்க அறியா

ஆண் பெண் அறியா

மனை மனைவி அறியா

எதிர்வரும் காலம் அறியா

வாழ் வாழ்வே அறியா

எண்ணம் சிறுத்த என்னையும் சேர்க்குக திருத்தகுதியோனே!

குரு அருணகிரி துணை பெற்ற கந்தகிரி ஆனந்தன்

திருஅருணகிரிநாதர் ஒப்புகை

ஒப்புகை 1:

தத்தைவடி முத்தி பெருவகை

தித்திக்கிறை பத்தி பரவண

சித்தர்க்கொரு முத்து குருபர ....என ஓதும்

விளக்கம்:

குரு அருணகிரிநாதருக்கு கிளி வடிவம் கிடைக்கும் படி செய்து, அந்த கிளி வடிவிலே முக்தி கிடைக்கும் படி செய்தவனும், தித்திக்கும் இறைவனும், பக்தியை பரப்ப வழி செய்பவனும் ஆகிய இறைவன் முருகன், அவர் குரு அருணகிரிக்கு ஒரு முத்தான குரு போன்று அருள் புரிந்தார், அத்தகைய முருகனே என போற்றுகின்றேன்.

ஒப்புகை 2:

முக்கண்பர மற்கு நெற்றியின்

முற்பட்டது தீயிற் அறுவரும்

முத்துத்தமிழ்மு வர்க்கத் தமர்ந்த .... பெருமாளே

விளக்கம்:

முக்கண்ணன் சிவ பெருமானின் நெற்றியில் இருந்து வெளிப்பட்ட ஆறு நெருப்பு பொறிகளில் இருந்து ஆறு முக ஆண்டவனாக வெளிப்பட்டவனே,முத்து போன்ற தமிழ் மொழியின் மூன்று வகைகளிலும் (இயல், இசை, நாடகம்) அமர்ந்த தமிழ் கடவுளே என போற்றுகின்றேன்.

ஒப்புகை 3:

திக்குத்தலை ஒத்த பொருள்தரு

ஒற்றைபிரண வத்தை மறந்தொரு

கொட்டுப்பகல் கொட்டித் தெரியில்.....பெருமாளே!

விளக்கம்:

நான்கு திக்குக்கும் தலை கொண்டு, படைக்கும் தொழில் செய்யும் பிரம்மன், பிரணவ பொருளை அறியாமல் திகைத்து நிற்க, அதை ஒரு

பகலில் தலையில் கொட்டி அவர் பொருள் தெரியும் படி செய்த பெருமாளே முருகா என போற்றுகின்றேன்.

ஒப்புகை 4:

பத்தர்கிற சித்தை அருளிய

பச்சைப்புல் மெட்சி நிறம்தரும்

பட்சிவடி ரட்சித் தருள்ததும் .....ஒருநாளே

விளக்கம்:

பக்தர்களுக்கு இறங்கி சித்தை (சித்து அதை) அருளக்கூடிய கடவுளே,காவேரி நீர் பாயும் வயலூரில் இருக்கும் பச்சை புல்லின் நிறத்தை விட, அதிக பச்சை நிறம் கொண்டு விளங்கிய கிளிக்குள் குருஅருணகிரி நாதர் உயிர் செல்லும் படி செய்து, குரு அருணகிரிநாதருக்கு கிளி வடிவம் கிடைக்க அருள் செய்த பெருமாளே ஏன் போற்றுகின்றேன்.

ஒப்புகை 5:

பதித்தய ஓத்த விரிபுற

நித்தம்கழல் வைத்துப் பரவிய

குக்குகொண்ந டிக்கக் முருகுகோடு ....மயிலாட

விளக்கம்:

தயை செய்து எங்களுக்கு உன் பக்தியை கொடு முருகா, அழகான அந்த மயில் புறமாக விரிந்து நிற்கும் பொழுது, நித்தம் அதில் உன் பொன் போன்ற திருவடியை வைத்து ஏறி எங்கும் பயணப்படும் இறைவா, குக்கூ என ஒலிக்கும் அந்த மயில் கொண்டு நடனம் ஆடும் போது முருகா உன் உடன் மயிலும் ஆடும் என முருகரை நடன வர்ணியம் செய்கிறேன்.

ஒப்புகை 6:

காக்கைவிரி கட்ட ஊரவர்

பொக்குப்பொன் பொக்கு பொகுபொகு

சித்தர்உ யிருக்கு உள்கடக ....பெருமாளே

விளக்கம்:

காக்கை வடிவில் விநாயக பெருமான் வந்து அகத்தியர் கமண்டலத்தை தட்டி விட்டு அதனால் விரிந்து ஓடிய நதி, காவேரி என பெயர் பெற்றது, அத்தகைய நதி, நிலத்தை நீரால் கட்டியது போல் இருக்கும் ஊரான குமார திரு வயலூரிலே குடி கொண்டு இருக்கும் பெருமானே, அங்கு அந்த பொன் போன்ற காவேரி நீர், நீர் மடைகளில் பொக்கு, பொகு பொகு என சப்தம் இட்டு கொண்டு பாயும் அந்த வயலூரிலே குரு அருணகிரிநாதருக்கு உள் கடந்து கடவுளாகவும், குருவாகவும் அருளிய பெருமாளே என போற்றுகின்றேன்.

ஒப்புகை 7:

காந்தத்திரை கொட்டும் மனமிசை

தங்கித்தகு தங்கித் தகுதகு

குன்றுபுதை ப்புக்கு அடியென.....நின்றாரே

விளக்கம்:

எப்பொழுதும் தந்தையின் எண்ணத்திலே திளைத்து கொண்டிருக்கும் இரு தாய்களான வள்ளி, தெய்வானையுடன், அவர்களின் மனதிலே ஒரு தகுந்த நித்திய மணாளனாக தங்கி கொண்டும், அந்த குன்றான பழமுதிர் சோலை க்கு தன் திருவடியை கொடுத்து நின்ற பெருமானே என போற்றுகின்றேன்.

ஒப்புகை 8:

கட்டற்றெழ நோயுற்ற உணர்வை

கட்டிப்பலி யிட்டுக் கிரிகுலம்

தித்திப்பட வைத்து அருள்வள ....பெருமாளே

விளக்கம்:

வாழ்வில், குரு அருணகிரிநாதர் கட்டுப்பாடு அற்று நோயுற்று தற்கொலை செய்ய முயலும் பொழுது, அவரை இறந்து போக விடாமல், தன் பொற்கரங்களால் கட்டி தாங்கி அவரின் இழிவான வாழ்க்கைக்கு பலி இட்டது போல முடிவு கட்டி, அவர் குலம் தித்திப்பு அடையும் படி அருள் கொடுத்த பெருமாளே என போற்றுகின்றேன்.

குரு அருணகிரி துணை பெற்ற கந்தகிரி ஆனந்தன்

திருவயலூரார் திருப்புகழ்

திருப்புகழ்1:

அறிய வினவும் முன் வினை நோய், அகற்றுவர் யாரோ!

அறிய வினவும் தகுதியும், உற்றவர் யாரோ!

உள்ளிருந்தே நினைக்கின்றேன் தேற்று திருவயலூரா!

திருப்புகழ் 2:

யான்அறிந்த பொருளில் அன்பை வைத்தே

செறிந்த உம்அருளால் பத்தி வைத்தே

ஒடுங்கி அடங்கினேன் ஓதத்தகு திருவயலூரா!

திருப்புகழ் 3:

அடங்கிய மனதே அதிசயம் ஆயின்

ஆகச்சிறந்த அப்பனை காணத் தேடி

கண்கள் கரைந்தேன் காவேரிநீர் திருவயலூராா!

திருப்புகழ் 4:

ஒடுங்கிய எம் வாழ்வை கண்டு

ஓலம் ஓதும் உத்தம சுற்றார்தம்

செவிக்கு எட்டுமோ கந்தகிரி திருவயலூராா!

திருப்புகழ் 5:

பட்ட பக்குவம் புகழ் தராதோ

பாரிலே உற்றாம் சந்ததிஎல்லாம்

உமக்கே ஒர்மயில் குமார திருவயலூரா

திருப்புகழ் 6:

சூடிய மாலையை சுழற்றி வீசி

நாடியே எமக்கு நல்ஒளி காட்டிநீர்

துவக்கிய திருப்புகழ் துளிர்விட திருவயலூராா!

திருப்புகழ் 7:

திருசக்தி திருவன்னி திருகுமார

திருநாதன் திருநாயகி திருப்பொய்யார்

திருமாளிகை திருக்காட்சியாம் திருவயலூரா

திருப்புகழ் 8:

விண்வாழ் தேவன் மகளாய் வலமே

மண்வாழ் குறவர் மகளாய் இடமே

பதியாய் இடையே நெடுவேல் திருவயலூரா!

திருப்புகழ் 9:

செங்கோல் ஏந்தி செவ்வேள் ஏந்தி

செந்தில் நாதன் செழிப்பாய் நிற்க

கண்டோர் பிணிகாணா தீரும்மே திருவயலூரா!

திருப்புகழ் 10:

வடிவேல் திருவடி தொழுவோர் உடனாய்

துணையாய் வருவான் தென்னார் அரசன்

பல்லோர் வடிவில் கிரியார் குருவே திருவயலூரா!

திருப்புகழ் 11:

பெற்றவர் திருவடி பணிவது முதல்நெறி

உள்ளது தமிழில் உற்றது ஆங்கே

நெறியில் அருளும் குகனே திருவயலூரா!

திருப்புகழ் 12:

துவங்கிய திருப்புகழ் துவக்கிய குமரன்

வாழைநெல் வயலூர் வளவன் வழியில்

அன்றும் இன்றும் என்றும் திருவயலூரா!

குரு அருணகிரி துணை பெற்ற கந்தகிரி ஆனந்தன்

திருஞானத்தலைமையன் திருப்புகழ்

ஆதி திருப்புகழனார் திருக்காப்பு

நீதி வலுவா ஆதி நாதா

நீர் உரை நான் ஒப்ப

நன் நயம் செய் என்

முருகே! வேலே! காப்புக்கொள் - ஞானத்தலைமையன்
திருப்புகழே!

முதற் திருப்புகழ்:

முந்தி முன்பிறவி முன்னரே

செம்மஞ்சள் உடலாகி உலகத்தாள்

உயிரும்மாகி உன்னத நிறையுமாகி

முருகு யான்பாடும் முன்னவர் திருப்புகழே!!!

இரண்டாம் திருப்புகழ்:

தென்திக்கு மலையெயெல்லாம் வேடன்

அரசுஆளும் எல்லையெயெல்லாம் முன்

திக்கு முந்திய மூத்தோரைதுதித்து

முருகு யான்பாடும் முன்னவர் திருப்புகழே!!!

மூன்றாம் திருப்புகழ்:

தவிப்பதோ தனித்துயான் உயர்திரு

ஞானப்பழம் கொண்டாரை கொண்டேன்

என்னோடு எங்கும் சுத்தனாய் பத்தனாய்

முருகு யான்பாடும் முன்னவர் திருப்புகழே!!!

நான்காம் திருப்புகழ்:

கந்தன் கற்றது தமிழ்

உற்றது ஓர் பிள்ளை

அறியாதார் அறிக ஆணையே என்று

முருகு யான்பாடும் முன்னவர் திருப்புகழே!!!

ஐந்தாம் திருப்புகழ்:

குடும்பம் நீங்கி குருவாய் அருளும்

குந்தி அமரும் நந்திக்கு அரசன்

நானிலம் பேணும் பேரின ஞானன்

முருகு யான்பாடும் முன்னவர் திருப்புகழே!!!

ஆறாம் திருப்புகழ்:

ஆறு சிரமும் ஈராறு கரமும்

பணிந்தும் கூப்பியும் உருகியே

நின்றேன் ஓசையில் ஓம் முழுமுதரே

முருகு யான்பாடும் முன்னவர் திருப்புகழே!!!

குரு அருணகிரி துணை பெற்ற கந்தகிரி ஆனந்தன்

திரு அம்மையப்பன் அழைப்பு

1. ஆடி வா ஓடி வா ஆதியத்தானே

உற்ற ஒருவன் கறைகையிலே

பற்றுஉற்ற ஒருவன் எறிகையிலே

பனிசேர் சடைபுரி திருக்கைலையானே !

2. ஆடி வா ஓடி வா ஆதியத்தானே

கற்ற ஒருவன் கண்களிலே

சுத்த குருதிவழி நிலைமையிலே

சீர்சேர் திருநடை புரிபெருமலையானே!

3. ஆடி வா ஓடி வா ஆதியத்தானே
நற்றுணையாய் நினை வாழ்வினிலே
பற்றுஅறு செய்தாயோ புவியினிலே
ஆதிபாதி கட்டிஅணை இவன்ஆனந்தனே!

4. ஆடி வா ஓடி வா ஆதியத்தானே
வெற்று மரம்போல் இருந்தவனை
சைவசுற்று திருநாமம் தெரிந்தவனை
மறஅற்று பட்டைபுரி பைந்தமிழ்நாதனே!

5. ஆடி வா ஓடி வா ஆதியத்தானே
நற்று முந்திநந்தி உடல்லேரி
பற்று பதிசக்தி உடனேரி
வெண்பனி மலைதுற மாமலையனே!

குரு அருணகிரி துணை பெற்ற கந்தகிரி ஆனந்தன்

திருப்படைவீடு - பழனி

திருப்படை வீடு பழனி திருப்புகழ்:

ஆதியில் நாரதர் அலைந்து தேடிய

கூர்முக அறிவு கொண்டது யாரோ!

முருகன் பாலன் தென்பால் விரைய

சடை உடுக்கை சங்கரன் தொடுத்த

நாடகம் அன்றி யாறுளென்ன இதில்

கலைகள் தொடங்கி மாயை வரை

கட்டில் நிறுத்தி ஆளும் அரசன்

ஓர்எட்டில் வந்தான் நின்றான் மலைமீதே!

தொட்டுத் தொடங்கி அன்று முதல்
அவனே பழனி தென்னகம் கூறும்
தினம் தினம் பூசை கொண்டவன்
யாரோ அரோகரா கூறும் ஆறுமுகமே!

குரு அருணகிரி துணை பெற்ற கந்தகிரி ஆனந்தன்

திருப்படை வீடு - சுவாமி மலை

திருப்படை வீடு - சுவாமி மலை திருப்புகழ்

1. அறியா மறதி அதனுள் பிரம்மர்

சிந்தை சேர சிறையில் இட்டு

காவல் நான்என கந்தனும் நிற்க

பதறி ஓடி பரமனும் வரவே

உறுதி நிறைந்தே உதித்தவன் நிற்க

அஞ்சி போயினர் ஆங்கே இருந்தவர்!

2.ஆகிய சொற்போர் அளவில் பெரிதே
ஆயினும் கந்தன் சீடனாய் அமர
பணித்தது பரமனை செவிகொடு என்றே
ஈராறு கண்ணன் நெறியோடு உரைக்க
ஒர்மூன்று கண்ணன் குணமொடு கேட்க
ஆயினான் அன்றே சுவாமிக்கும் நாதன்!

குரு அருணகிரி துணை பெற்ற கந்தகிரி ஆனந்தன்

திருப்படை வீடு - திருச்செந்தூர்

திருப்படை வீடு திருச்செந்தூர் திருப்புகழ்:

குகனே பய முறி குன்றே

அவன்அடி சரணம்! சரணம்!

வானோர் வதை முறி வயலோன்

அவனடி சரணம்! சரணம்!

வில்வாள் வகை முறி வேல்என

அவன் அடி சரணம்! சரணம்!

மாயை மகன் முறி மயிலோன்

அவன்அடி சரணம்! சரணம்

கோபன் முத முறி கோவில்

அவனடி சரணம்! சரணம்!

சிங்கன் முக முறி சீர்வேல்

அவனடி சரணம்! சரணம்!

சிக்கல் வேல் உரி செந்தூர்

போர்அடி சரணம்! சரணம்!

சூரன் வினை முறி செந்தூரன்

கழல்அடி சரணம்! சரணம்!

சேவற் கோடி உரி மாஞெரு

பகுஅடி சரணம்! சரணம்!

சூர மயில் உரி மாமறு

பகுஅடி சரணம்! சரணம்!

நின் நிறை அரி உருஆறு

அடி சரணம்! சரணம்!

சீர் செந்தூர் புரி செவ்வேள்

அடி சரணம்! சரணம்!

குரு அருணகிரி துணை பெற்ற கந்தகிரி ஆனந்தன்

திருமுருகு தென்னாடு

தென்னாடு முறை 1:

அ என்ற எழுத்தும் சொல்லும் பொருளும்

அவனவன் பிள்ளை சுப்பிர மணியன்

சொல் அதிகாரம் மொழி அதிகாரம்

சொன்னவர் கேட்டவர் அறிந்தவர் தெரிந்தவர்

கற்றும் வியந்தும் கரைந்தும் நிறைந்தும்

உருகி உருகி உதித்த உயர் மொழி

புவனமும் மறையும் மறையா ஓர்மொழி

உமையவள் மகனார் உதியவன் திருமொழி

தென்னாடு முறை 2:

ஆதி அகத்தியம் அடுத்துஊர் காப்பியம்

நீதிவாழ் முறையும் நிலம்தரும் அரசும்

சேதுவின் நடுவே செந்நெல் பூமியும்

ஏரினை பிடித்து எழுதிய அரசனும்

காதில் தோடும் கையில் வளையமும்

கழுத்தில் குண்டும் கதிரவன் முகமும்

நீண்ட சடையும் திருவெண் நீரும்

தோற்ற முடையோர் தொன்கந்தன் ஊரே

தென்னாடு முறை 3:

இமயன் ஆணை அவனே புலவன்

அன்றுஊர் நாளாம் அதுஒரு முதலாம்

சங்கம் தந்த தென்திரு அரசாம்

குருமுனி கையில் பொன்மணி நூலாம்

பஃறுளீ ஆறாம் பன்மலை அழகாம்

குமரித் தாயாம் தமிழர் நாடாம்

கொண்ட அவையில் தலைவன் அவனாம்

கும்பிட்டு நிற்க குகனாம் நொடியில்

தென்னாடு முறை 4:

ஈதல் இசைப்பட ஆயினர் அவையோர்

காண விரும்பும் காரிய காரணன்

கந்தன் கடம்பன் முருகன் தமிழன்

முன்னாய் வருக சங்கமும் தொடங்க

தென்முனி தொடரி அரங்கே ஏறிய

அத்தனை நூலூம் அரிதோர் தமிழாம்
அவனும் ஏற்க அனைவரும் ஏற்க
தென்முனை பாண்டிய தொன்கந்தன் நாடாம்

தென்னாடு முறை 5:

செந்தமிழ் வேந்தர் சுந்தரசொல்லோர் வாழ்க வாழ்க வாழ்க!
வடிம்பினை அலம்ப கரும்பனை வாழ்க!
வடிவேல் சீரார் வகையோர் வாழ்க!
தென்னவர் பாண்டியர் நெடியோர் வாழ்க!
சங்கம் தந்த சுந்தரர் வாழ்க வாழ்க வாழ்க!
வயலை பிரித்து தருவோர் வாழ்க!
வடிவேல் பெருமான் வகையோர் வாழ்க!
மூத்தார் குடுமி வழுதியார் வாழ்க!
பெரும் பெயர் வழுதி வாழ்க வாழ்க வாழ்க!

தென்னாடு முறை 6:

முத்துப் பவளம் நீலம் கொண்ட
வின்உயர் மின்னும் மதிலை அரசு
முந்நீர் விழவின் ப:றுளி கரையிற்
ஆணும் பெண்ணும் அணியாய் திரளும்
பெண்குரல் பாடிய வடிவேல் கும்மியும்
ஆடவர் ஆட்டமும் ஆள்சூழ் கூத்தும்
கரும்பனை சுத்த கல்லும் குடித்து
ததும்ப ததும்ப மகிழ்வில் ஆடும்
காணும் பெண்ணை தாய்சொல் வழங்கி
கைகளை கூப்பி திண்ணை வேண்டி
விடிந்து ஊர் செல்லும் தகுதீற்

குறையா திருத்தமிழ் குடியோர் ஒருசேர்
எடுக்கும் விழவும் முதனாய் குகனார் வாழ்க!

தென்னாடு முறை 7:

ஏரினை உழுது நீரினை நிரப்பும்
பார்இணை தமிழும் வீரமும் சூழ
கற்று உவந்து கல்வி அடுத்து
பணிவது தொழுவது நிறைஅது நீங்க
தொழிற்அது சார்ந்தும் அறிவை ஈன்றும்
மனமது மாறா நெறிமுறை காதல்
மாற்றுஊர் வழியாய் சான்றோர் குறிப்பெண்
மணமகன் மணமகள் மறவர் திருமணம்
அகமும் புறமும் இருகிளை வாழ்வும்
அன்பும் கற்பும் பரிவும் பண்பும்
கருணையில் உருகும் ஈகைநற் குணமும்
உற்றதில் பாதி தர்மத்தில் மீதி
உலகம் மெச்சும் வாழ்வியல் அய்யா
தகப்பன் சுவாமி தன்நிறை ஊரில்
தகப்பன் சுவாமி தன்நிறை ஊரில்

தென்னாடு முறை 8:

கால்ஒர் முழுஅரை முக்கால் பின்முழு
முந்தைய நாட்டில் முன்னோர் கணக்கே
கண்ணில் காணும் மதிலை மேலே
ரத்தினம் யாவும் நகையாய் மின்னும்

கதிரொளி பட்டு கண்ணைப் பறிக்கும்
காவேரி இல்லா தென்தமிழ் நாடு
பருப்பஷ்ர் படிக்கு இருப்படி நெல்லும்
கணக்கில் குறையென்ன கந்தன் நாட்டில்
விளையா விதையும் விளையா நிலமும்
வித்தகன் நாட்டில் காணஷ்ர் அரிதே

தென்னாடு முறை 9:

சுத்தன் ராமன் சொல்லின் படையே
அனுமன் அங்கதன் ஜம்புவன் முறையே
தென்னே போங்கள் தேடுங்கள் தாய்யை
ஆயினும் வேண்டாம் வான்உயர் மதில்நிறை
கபாட புரமென்னும் புண்ணிய பூமியில்
வாழ்நெறி அறிந்த திருவேல் பூமியில்
நிலைத்த அரனாய் பாண்டியன் இருக்க
கெடுக்கிடர்ஷ்ர் பெண்ணுக்கும் ஆகாது ஆங்கே!

தென்னாடு முறை 10 :

தென் திருகந்தன் வாழ்க! வாழ்க!
சிவ திருஉருவம் வாழ்க! வாழ்க!
சுடர் முகஆறும் வாழ்க! வாழ்க!
சுத்த பிரணவம் வாழ்க! வாழ்க!
அழகன் குமரன் வாழ்க! வாழ்க!
ஆருயிர் அப்பன் வாழ்க! வாழ்க!
கம்பன் பழனி வாழ்க! வாழ்க!
கதிர் வடிவேலும் வாழ்க! வாழ்க!
சொக்கன் பிரதி வாழ்க! வாழ்க!
சுந்தரன் முருகன் வாழ்க! வாழ்க!

செந்தமிழ் இறைவன் வாழ்க! வாழ்க!
சுந்தரி பாலன் வாழ்க! வாழ்க!
குடியின் தெய்வம் வாழ்க! குகனே முருகே வாழ்க வாழ்க!

தென்னாடு முறை 11:

கார்ஒர் இருளும் மழையும் ஒலமும்
நாற்புற கடலின் மீறலும் அழிவும்
கொட்டும் மழையில் மின்னல் ஒளியில்
சங்கப் பாண்டியர் உலவும் முற்றம்
எங்கும் சப்தம் எதிலும் நீரே
அமைச்சனும் வந்தே நூலும் பெரிதும்
காக்கப் பட்டது புறப்படும் போக
தென்னிலம் விட்டு தென்னவர் வரவோ
முறைத்தான் சிரித்தான் அழுதான் கரைந்தான்
ஆணை உரித்தான் குடியை நோக்கி
உடனாய் இருந்த ஒர்இளம் மாறனை
கட்டித் தழுவி முத்தம் இட்டான்
வடிவேல் துணையாய் வருவான் செல்க
ஆணை பிறந்தது அனைவரும் சென்றார்
சீரோன் நெடியோன் தென்முனை பாண்டியன்
செங்கோல் ஏந்தி நிமிர்ந்தான் சிலையாய்
அரசன் என்றஒர் இலக்கணம் அவனே
ஆகியும் நின்றான் அதனின் நின்றான்
முற்றம் முழுவதும் முந்நீரில் மூழ்க
ஆழ்ந்து அழிந்ததே ஆதிப்பாண்டிய நிலமும்
வாழ்க வாழ்க நெடியோர் வாழ்க
வாழ்வு தந்ததோர் தென்னாடு வாழ்க

முறையாய் மறையே அணித்தோர் ஆட்சி
மறையாப் பாண்டியர் குலமே வாழ்க!

தென்னாடு முறை 12:

திரும்பி வணங்கு திரும்பி வணங்கு
திரும்பி பார்த்து திரும்பி வணங்கு
நெருங்கி கடறும் நிலமே வந்தும்
துறந்து வாரா உறைந்து போன
தொன்குக மாந்தர் நாட்டினை வணங்கு
செங்கோல் ஏந்திய சங்கனை வணங்கு
தொன்தமிழ் நாட்டின் தொன்குடி அதுவே
என்றே நினைந்தே உள்ளும் உருகி
திரும்பி வணங்கு திரும்பி வணங்கு
திரும்ப சொன்னேன் நானும் இதனை
குகனை வணங்கு குகனை வணங்கு
குன்றக் கடவுள் குகனை வணங்கு
குறித்தேன் சொல்லில் குகனை வணங்கு
மனத்தே அன்னை ஆயினன் ஒருவன்
அகத்தே புறத்தே ஆள்பவன் ஒருவன்
அன்றாய் இறுதி ஏதுஇனி என்றாய்
பொன்னன் முருகன் பொன்விழி கண் உரு
காவல் துணைஆய் செந்தூர் கரையே!!!!!

குரு அருணகிரி துணை பெற்ற கந்தகிரி ஆனந்தன்

அ. திருப்புகழ் திருமாட்சி

திருப்புகழ் உதிக்க ஒர் அருணகிரி

உடன் துதிக்க ஒர் கந்தகிரி

மனம் பதிக்க ஒர் விதுரகிரி

தொடர் தொகுக்க ஒர் சங்ககிரி

வழிவழியாய் வடி வயலூரார் நாடி!

முதல் தொடுக்க ஒர் சதுரகிரி

உச்சி செழிக்க ஒர் வேலகிரி

வினை வளைக்க ஒர் வருணகிரி

வினை அழிக்க ஒர் புவனகிரி

வழிவழியாய் வடி வயலூரார் நாடி!

நன் நிறைக்க ஒர் நந்தகிரி

மனம் நிமிர்க்க ஒர் உமயகிரி

ஊன்றி நிலைக்க ஒர் நந்திகிரி

நிலம் விதைக்க ஒர் விருதகிரி

வழிவழியாய் வடி வயலூரார் நாடி!

ஆட்சி கணிக்க ஒர் கந்தகிரி

திருப்ப அழைக்க ஒர் அருணகிரி

திருப்ப பிளக்க ஒர் தூணுவழி

முறை பிறக்க ஒர் குமரவடி

வழிவழியாய் இனி வயலூரார் யாட்சியே!

குருஅருணகிரி துணை பெற்ற கந்தகிரி ஆனந்தன்

ஆ. திருத்தகுதியோன் அருள்

1. ஆடிய சூது அணிந்த கடன்
   தேடிய வாழ்வு தேய்ந்தே வரவே
   நடுங்கி ஒடுங்கி நன்மை நாடி
   பாடி அழுதேனே என் சென்னிமலையானே!

2. பெற்ற கடன் பெருகி நிற்க

பேரும் புகழும் வீதியில் நிற்க

உதிரம் உடைந்து வலியில் துடிக்க

உறைந்தே போனேனே என் சென்னிமலையானே!

3. ஒன்று ஒன்றாய் கடனும் தெரிய

உற்ற அன்னை ஆன உறவும்

அடித்து உதைத்து துடிக்கையிலே

மாண்டுப் போனேனே என் சென்னிமலையானே!

4. கண்மணி பொன்மணி இரத்த உறவு

கருத்தாங்கி உருத்தாங்கி கிடைத்த உறவு

கதறிக் கரைந்து உடைந்து போகப்

நொறுங்கிப் போனேனே என் சென்னிமலையானே!

5. உருகி அன்பில் திளைத்த மகளோ

தந்தை காக்க தடுத்து நிற்க

என் தங்கம் வயதோ மூன்று

எரிந்தே போனேனே என் சென்னிமலையானே!

6. பட்ட குலத்தை எட்டி பிடித்து

உற்ற துணையாய் உதித்த வேலா

கட்டிக் கடத்தி சுத்தம் சூழசுந்தரா

நான்சொக்கிப் போனேனே என் சென்னிமலையானே!

7. ஒன்று ஒன்றாய் எழுதிய பாடல்
உருவம் கொடுத்து ஆகி நிற்க
உற்றது உருமறு திருப்புகழ் என்றாய்
உள்நெகிழ்ந்துப் போனேனே என் சென்னிமலையானே!

8. ஒன்றா இரண்டா கந்தன் மலைகள்
உருகி நினைவோம் அவனை தினமும்
கருகி அடங்கும் வல்வினை எதுவும்
கந்தா கந்தா என்றேதுதிக்க!!! சென்னிமலையானே!

9. சுற்றி சுற்றிச் சூழும் வண்ண
வண்ணக் கேள்வி கேட்டுக் கேட்டு
வதைந்தேன் திருவண்ண வண்ணமயில்ஏறி
வருகசீரா சிறைப்பட்டேனே என் சென்னிமலையானே!

10. துடிக்கும் இவனை காப்பாய் துரிதே
கந்தா நின்னை நினைக்கும் இவனிடர்
நீக்க நித்தம் மயிலுடன் வேலும்வீசும்
வித்தக அப்பனே என் சென்னிமலையானே!

11. செந்தில் நாதா சேர் கண்ணீர்
துடைக்க உன்கழல் பற்றிக் கதறும்
இறந்த காலத்தே இவன்ஒரு கேடு
இவனையும் இங்குஆக்கிய ஒர்கந்தகிரி சென்னிமலையானே!

12. சுட்டி சுட்டி கதறிக் கதறி
சுத்தக் கழல் நினைந்து எழுதி
சூழ்ந்த பிணி மறைய சூர
மயில்ஏறி வாஅப்பனே என் சென்னிமலையானே!

13. கந்த திருநாதா சொந்தத் திருநாட்டில்
இந்தத் தெருவீண்ணன் உம்மை சொல்லத்திரு
தந்தையென ஏற்க குறவர்த்திரு மகள்ஒர்
மகனென்றே மாட்சிக்கொடு என் சென்னிமலையானே!

14. நின்னைக் காண நீரே சொப்பனம்
தந்தஒர் தாயின் மகனேநானே உனக்குப்
பின்னே கிழக்கு திசையே உத்தமா
நீஅறியாததா வட என் சென்னிமலையானே!

15. அன்றும்ஒர் சூழ்வினைக்கு அரனாய் நின்றாய்
இன்றும் இச் சூழ்வினைக்கு இடையே
நின்றே இந்தத் தெருவீண்ணை கந்தத்திரு
சொந்தத்திற் ஒர்கந்தகிரி ஆக்கிய சென்னிமலையானே!

16. வரத்தில் ஒர்வல்லமை குறையோ ஏரிக்
கரையான் கன்னம் கருக்கிய கசப்பை
கந்தன் முன்னின்று முடித்து முழுமையாக்கி
முன்அருணகிரி தொடர்கந்தகிரி ஆக்கிய சென்னிமலையானே!

17. சீரோனே சிறப்போனே சிந்தையில் முந்தி
வரும் முதலோனே முருகனே முத்தமிழ்
இறைவனே இழிவுஎ்ளர் பிறவி வினையோனை
இன்று ஒர்இனி பிறவிஆக்கிய செந்நிமலையானே!

18. கடும்நெடும் பாதையே வாழ்வுஆகி போனதே
கந்தா நீநெடும்இடர் நீக்கி அருளியதை
உத்தமா உயர்பிறவி எத்தனை எடுத்தும்
அத்தனைப்பிறவியும் தீர்க்குமோ உம்கடன்
செந்நிமலையானே!

19.   கடத்துள் கரைந்த கரையனை கந்தா
உம்அறத்துள் ஆக்கிய முருகே மருகே
மாலோன் நாமத்தின் அருளாலே மயிலோனே
மன்னவனே இவனும்உம் அடி ஆனேனே
செந்நிமலையானே!

20. தேவை அற்றதை தேடிய தேகன்
தேடி கிடைத்தது வதைத்தது கோடி
திருவேலன் அருளாலே தேவர் குலமகள்
தெய்வானைப் பிள்ளையாய் ஆனேனே செந்நிமலையானே!

21. துதிக்க ஒர்கந்தகிரி திருப்புகழ் உதிக்க
ஒர்இரவும் மறை மதிக்கச் சீர்நாயகா
அழைக்கவும் வந்து ஒப்புகை கேட்டுப்
படைக்க முறைதந்த பாலன் செந்நிமலையானே!

22. குற்றம் மறைய குன்றனே குகனே
குவிந்தும் உம் திருத்தாழ் பணிந்தும்
பட்டதுப்பாட வருவேனோ வள்ளி தெய்வம்
உடனாய் வலம்வரும் வடளன் சென்னிமலையானே!

23. ஆலதின் அடி ஆணையே முன்ன
வேம்புஅடி வேத நாயகி நாயகன்
பாதிமலை உறை இடும்பன் பட்டாடைப்
பச்சை சுவாமிக்கும்நாதனே என் சென்னிமலையானே!

24. உத்திரமும் திருத்தேரும் ஓம்முருகா கோசமும்
காவடியும் பால்குடமும் ஊர்மக்கள் வருகையும்
நாதனை நம்பியே நடக்கும் பெரும்திருவிழா
நாங்களும் கண்டோமே திருவட சென்னிமலையிலே!

25. குன்றை சுற்றும் வழியை தருக
குன்றா குகனா பிரிவும் யாது
அடிகுன்றும் அங்கும் சுத்தம் சூழ
உம்சப்தம் கேக்க வேண்டும் சென்னிமலையானே!

26. குன்றோ குகனதுவீடு அறிவீர் தெரிவீர்
தீவினை இவ்வே புரியா தீரே
துணிவோர் செய்யத் தலையும் எழுத்தை
கொல்லக் கொல்ல எழுதிவிடுவான் சென்னிமலையானே!

27. குன்றில் தீவினை குடியே அழியும்
நன்குஇல் இதனை மனத்தே நிறுத்தி
முருகுஇல் விழுந்தே சரணம் அடைக
மறுசொல் அற்றமருகன் என் செ்ன்னிமலையானே!

28. அப்பனை அண்டி அகத் துறந்து
நிற்கவே கொல்விதி ஓலைக் கொண்ட
கோளும் நமனும் கொடு வினையும்கூட
ஒர்அடியும் நெருங்கா துகாப்பான் செ்ன்னிமலையானே!

29. நம்புநம்பு நவமச்சிவாயன் மகனை நம்பு
நம்புநம்பு நமச்சிவாயினி மகனை நம்பு
நம்புநம்பு தும்பிக்கைநாயக தம்பியை நம்பு
நம்புநம்பு நந்திக்கும் அரசனை என் செ்ன்னிமலையேனை!

30. முருகென்று உருகும் ஒருவருக்கும் இடர்க்கொடுப்போர்
கண்முன்னே கருகிப்போகும் அவர்குடியும் கண்டுகாக்கா
குலத்துக்கையிலை யாவரும் குகனார் குன்றனைக்கண்டு
ஒதுங்கிநிற்பர் இல்லை மறுசொல் எம்மன்னனுக்கே!

31. அருளைப் பொழியும் திருவை நெருங்கிப்
பணிந்து நீடுவாழ்க குன்றில் நிற்கும்
எந்தை அரசன் குழந்தை பாலன்
வடிவைக் காண வருகயாவரும் வடசெ்ன்னிமலைக்கே!

32. நினைந்து செய்குற்றம் நீண்டு விழுந்து
திருந்தி மனம் மருகனை நினைவோர்
கெடும்கொடு வினையை எட்டி உதைத்து
கட்டிக் காப்பான் எந்தை சென்னிமலையானே!

33. பிள்ளை இல்லை விதியில் உமக்கோர்
கலங்கும் மாந்தர் சஷ்டி இருந்திட
மாற்றி விதியை மயிலோன் வருவான்
கண்டு இதனை தடுப்போர் எங்குமில்லையே!

34. கலங்கிப் போன இவனையும் கண்டு
விளங்கு கனியாய் ஆக்கிய தகுந்த
நேரத்தே வேலும் மயிலும் உடனே
மனம்பொங்கப் பொங்க வந்துநிற்கும் சென்னிமலையானே!

35. மாற்ற மாற்ற மயிலோன் மாற்ற
கற்காப் பிறவி கடையின் இவனை
மாற்ற மாற்ற எம்சிந்தை மாற்ற
மன்னாஎன் சீரடிக்கே மாற்ற சென்னிமலையானே!

36. உத்தம குருவின் அடியை நினைந்து
யான் ஓதிய சொல்லையும் திருப்புகழ்
ஆக்கிய எந்தை திரு கந்தகிரியே
எமக்கும் அருளியஅரசே அருண கிரியார்வழியே!

37. உயிரையும் உடலையும் மாய்க்கும் மனமில்லை
உத்தம கிரியார் வழியே நானும்
உடற்உயிர் மேவும் மனம்எனும் மிருகம்
மாய்ந்துப்போகவே ஆக்கியகுகனே என் சென்னிமலையானே!

38. மனத்து அகத்து எண்ணி உருகி
ஏங்கி ஏங்கி தாங்கி நின்றே
எம்தத்துவ குருவை கண்காண காண
கந்தஅரசே வந்துமுன் நிறுத்துக அருணகிரியாரை!

39. முன்னமே முத்தைத்தரு இன்னமே தத்தைவடி
என்னுமே சொல்லும் வயலூரார் வழியே
பண்ணுமே பாட்டுமே பைந்தமிழ் நிறைந்துமே
அங்குமே இங்குமே எங்குமே ஒற்றைகுகனுமே!

40. சைவத்தில் பற்று உற்றே எழுதி
திறந்தத் திருப்புகழ் தீஷித தில்லையிலும்
தென்மதுரை சங்கத்திலும் நிறையவே நீங்காது
துணையாய் நிற்பாய் திருத்தகுதி வடசென்னிமலையானே!

குரு அருணகிரி துணை பெற்ற கந்தகிரி ஆனந்தன்

1. திருமாட்சி வரையே திக்குஒடி வந்து

நிறையவே போகும் திருமுருக கூட்டம்

வழிவழியே அவன் சொல் கூறியும்

வழங்கியும் வாழுமே திருமுருக திருமையமே!

2. சூரன்ஒர் மாஉடல் சுடர்வேல் ஆலே

பாகம் இருஆனா முறை சேர்இவன்

பிணி ஆய்ந்துப் பிறக்குமே ஒர்சொல்

செந்தூர் மன்ன திருச்சொல் திருமையமே!

3. உற்றுசேர் வருமே ஆற்றுநீர் வனமே
நாற்றுசேர் போலவே பெரு கூட்டுசேர்
ஆகுமே ஆங்கே அன்றுளம் மன்னுமே
திக்குளெல்லாம் திகழுமே திருப்புகழ் திருமையமே!

4. கொடும் ஒர்கலியுகம் கொல்லவும் நெடுவேல்
தூண்வழி பிறக்கவும் அழைக்கவும் பெரும்என்
கிரியார் பிறக்கவே மீண்டும் போகிறாரே
தொன்னவன் கந்தன் தொடராட்சி திருமையமே!

5. சொல்லா துயரை சொல்லாது வந்தணுகி
நில்லாது காலம் இல்லாது நீக்கி
முப்போகம் விளையும் பொற்போக ஆட்சி
ஆளுமேதருமே திருவுரு கந்தன் திருமையமே!

6. தன்ஆறு முகமே தகப்பனுக்கும் சுவாமி
சொல்லுரு தமிழே அப்பனுக்கும் பூமி
கொடுப்பதை தடுப்போர் தடுப்பதை கொடுப்போர்
குகன்அன்றி அடுத்தில்லை கொள்கைஒர் திருமையமே!

7. மாந்தரே மாந்தரே கேளும் மால்ஒர்
மருகன் சொல்லுக்கு ஒர் எதிர்ச்சொல்
இல்லையே எங்குமே சுவாமி அப்பனுக்கும்
ஆனாஒரு சுப்பனும் உறையும்நல் திருமையமே!

8. திருமுருக கூட்டம் திருமுருக கூட்டம்
திக்குஎல்லாம் நிறையுமே திருமுருக கூட்டம்
மனத்துஅக உருகி குணத்துஉள் குகனாய்
செழித்துவழி தொடருமே திருப்புகழ் திருமையமே!

குரு அருணகிரி துணை பெற்ற கந்தகிரி ஆனந்தன்